ఆకాంక్ష

BY

హేమంత్ కారిచర

pencil

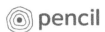

ISBN 978-93-5438-884-2

© హేమంత్ కారిచర్ల 2021

Published in India 2021 by Pencil

A brand of
One Point Six Technologies Pvt. Ltd.
123, Building J2, Shram Seva Premises,
Wadala Truck Terminal, Wadala (E)
Mumbai 400037, Maharashtra, INDIA
E connect@thepencilapp.com
W www.thepencilapp.com

All rights reserved worldwide

No part of this publication may be reproduced, stored in or introduced into a retrieval system, or transmitted, in any form, or by any means (electronic, mechanical, photocopying, recording or otherwise), without the prior written permission of the Publisher. Any person who commits an unauthorized act in relation to this publication can be liable to criminal prosecution and civil claims for damages.

DISCLAIMER: *This is a work of fiction. Names, characters, places, events and incidents are the products of the author's imagination. The opinions expressed in this book do not seek to reflect the views of the Publisher.*

Author biography

నేను రామచంద్ర కాలేజ్ ఆఫ్ ఇంజినీరింగ్ లో 2016 లో బీ.టెక్ డిగ్రీ పూర్తిచేశాను. నేను నా జీవితం నుండి చాలా విషయాలు నేర్చుకున్నాను, ఇప్పటికీ నేర్చుకుంటు న్నాను. నన్నునేను ఓ నిరంతర విద్యార్థిగా పరిగణిస్తాను. ఈ అద్భుతమైన ప్రయాణం ద్వారా, నేను చాలా పరివర్తనలకు గురయ్యాను. నేను నే ర్చుకునాపాఠాలను నా రచనల ద్వారా మీతో పంచుకోవడమే నా ఏకైక లక్ష్యం.

Contents

ఆకాంక్ష

Epigraph

“మోసపోవటం,

ఓడిపోవటం,

ఓర్చుకోవటం,

నేర్చుకోవటం

ఇవ్వన్నీ కలిసిందే జీవితం. గెలుపే నీ గమ్యమైనప్పుడు ఎన్ని ఒడిదుడుకులు ఎదురైనా ముందుకు సాగాలి గాని, అక్కడే ఆగిపోకుడదు. అలా ధైర్యంతో ముందడుగు వేసే నా ప్రతీ తోబుట్టువుకీ ఈ కథ అంకితం”

"నా అక్క చెల్లెళ్లందరికీ ప్రేమతో ..."

--- మీ హేమంత్ కారిచర్ల

Preface

' మనిషి ఆశ చాలా బలమైంది ! అది మంచిదైతే ఒకరిని బాగు చేస్తుంది , చెడ్డదైతే నాశనం చేస్తుంది ! వీళ్ళు ఆకాంక్ష మారాలని బలంగా ఆశించారు , మనస్ఫూర్తిగా ప్రయత్నించారు , అ నుకు నాది సాధించారు . ఆ విధంగా ప్రేమకు నా బలాన్ని ఋజువు చేసారు !

' ఇది కేవలం కథ కాదు ... మన నిజ జీవితాల్లో కూడా స్నేహం - ప్రేమ , ఆశ - నమ్మకం , ధైర్యం -
పట్టుదల , ఇలా ఇవి మన తోడుంటే దేనినైనా సాధించగలం . ఇవే ప్రతీ మనిషికీ కొండంత బలం , అసలైన ఐశ్వర్యం !

' అలాగే , ఓ మనిషిగా సాటి మనిషిని మోసగించడం , మోసం చేయాలనుకోవడం అజ్ఞానం , మూర్ఖత్వం ! ఎందుకంటే చివరికి నష్టపోయేది మోసం చేసేవారే . ఏదోక రోజు వారికంటూ కష్టం వస్తే చుట్టూ సాయం చేయడానికి ఒక్కరు కూడా ఉండరు .

“ అంతేకాదు , అలాంటి వారి వల్ల మనిషంటే , మనిషి నమ్మలేని పరిస్థితి , సాటి మనిషంటే అభద్రతా భావం ఏర్పడుతున్నాయి . మనుషుల మధ్య దూరం పెరుగుతుంది . ఆ దూరం వైరంగా మారుతుంది . ఆ వైరం వ్యక్తులని , కుటుంబాలని , వ్యవస్థల్ని దేశాలని నాశనం చేస్తుంది .

ఆకాంక్ష

" మోసం అనే ఈ మహమ్మారి నాశనాన్ని కోరితే , నమ్మకం అ
నే సంస్కృతి అందరి మధ్య ప్రేమను పెంచుతుంది , బం
ధాలను బలపరుస్తుంది , సర్వదా శాంతిని నెలకొల్పుతుంది
!'

--- జై హింద్ !
--- మీ హేమంత్

Introduction

మనుషులంటే భయపడే ఓ ఆడపిల్ల కథ ఇది. తన చెల్లిని ఎలాగైనా మామూలు మనిషిలా మార్చుకోవాలని తపన పడే ఓ అన్న కథ ఇది. అలా మార్చడంలో తనకి సాయపడి ,వారి స్నేహితుని ముఖంలో సంతోషాన్ని చూడాలని ఆశించే కొంతమంది స్నేహితుల కథ ఇది. ఒక్క మాటలో చెప్పాలంటే ,చదివిన ప్రతీ ఒక్కరూ తమ గుండెల్లో చిరకాలం దాచుకోవాలనిపించే ఓ మంచి హృద్యమైన కథే ఈ 'ఆకాంక్ష'.

ఆకాంక్ష

ఓ ప్రశాంతమైన పార్కు ...

ఉదయం 6 – 6:30 మధ్య ప్రాంతం !

అక్కడ కొంతమంది యోగా చేస్తున్నారు, ఇంకొంత మంది షటిల్ ఆడుతున్నారు, మరికొంతమంది వా కింగ్, జాగింగ్ వంటివి చేస్తున్నారు. ఓ ఇద్దరు వ్యక్తు లు ఏదో మాట్లాడుకుంటూ, నడుస్తూ ఉంటారు. అం దులో ఒకరు మానసిక వైద్యులు డా. సంజయ్, మరొ కరు ఒక పీజీ స్టూడెంట్ మనోజ్. ఒకరినొకరు పరిచ యంచేసుకున్నాక, ఒక బెంచ్ మీద కూర్చుంటారు. " మిమ్మల్ని కొద్ది రోజులుగా గమనిస్తున్నాను. మీరు రో జూ పార్కుకి వచ్చి, అదే పనిగా నన్ను గమనిస్తున్నా రు. మీ సమస్యనేదో నాతో చెప్పుకోవడానికి చూస్తు న్నారని నాకనిపించింది. కానీ, నాకది చెప్పడానికి ఎందుకో సంకోచిస్తున్నారు. కాబట్టి, మీరేం చెప్పాల నుకుంటున్నారో ధైర్యంగా నాతో చెప్పండి, ఏంటి మీ

సమస్య ?" అని మనోజ్ ని ఎంతో సావధానంగా అడుగుతారు డా . సంజయ్ .
అందుకు మనోజ్ ఎలా చెప్పాలి ? ఎలా మొదలుపెట్టాలి అనే సందిగ్ధం నుండి మెల్లగా బయటపడుతూ " సమస్య నాది కాదు సర్ , నా చెల్లిది !" అని చెబుతాడు .
" ఓహ్ ! ఓకే గో ఆన్ .. సమస్యేంటో చెప్పండి ".
" భయం సర్ ... భయం !" అని అంటాడు మనోజ్ .
అందుకు సంజయ్ " చీకటంటేనా ? దెయ్యమంటేనా ?" అని చాలా సాధారణంగా అడుగుతారు .
దానికి మనోజ్ " మనుషులంటే సర్ !" అని జవాబిస్తాడు .
ఆ సమాధానం విన్న సంజయ్ మరింత శ్రద్ధ చూపుతూ " విల్ యూ ప్లీజ్ ఎక్స్ప్లైన్ మీ ఇన్ డీటైల్ ?" అని అడుగుతారు .
అంటే సర్ ... నేను కాకుండా వేరే ఏ మనిషిని చూసి నా భయంతో వణికిపోతోంది సర్ . కనీసం , ఇల్లు దాటి బయటకి కూడా రాదు !" అని అంటాడు మనోజ్ .
" ఓహ్ ! ఐ సీ ... ఎప్పటి నుండి మనుషులంటే భయం తనకి ?" అని మళ్ళీ అడుగుతారు సంజయ్ .
"11 ఏళ్ళ వయసప్పటి నుండి సర్ " అని మనోజ్ చెప్పగానే , డా . సంజయ్ ఆలోచనలో పడతారు .
ఓ రెండు నిమిషాల తరువాత ఆలోచన నుండి తేరుకుని , " సీ మిస్టర్ మనోజ్ , నువ్వు చెప్పింది విన్నాక , నాకు మీ ఫ్యామిలీ గురించి తెలుసుకోవాలని ఉంది . ఎందుకంటే మీ ఫ్యామిలీ గురించి కొన్ని విషయాలు తెలుసుకోగలిగితే ... మీ చెల్లి ఎలాంటి వాతావరణంలో

పెరిగింది , మీ పేరెంట్స్ తనని చిన్నప్పటి నుండి ఎలా పెంచారు ఇలాంటి కొన్ని విషయాలు తెలుస్తాయి . దాని ద్వారా తన ' భయం ' వెనుక గల కారణాలను తెలుసుకోగలిగే అవకాశం మనకు లభిస్తుంది . సో , నన్ను ఒక్కసారి మీ ఇంటికి తీసుకెళ్ళగలవా ?" అని అనడంతో మనోజ్ మళ్ళీ ఆలోచనలో పడతాడు . అది గమనించిన డా . సంజయ్ " ఏం ఆలోచిస్తున్నావు మనోజ్ ? ఇంటికి తీసుకెళ్లాలంటే ఏమైనా సమస్యా ? అలాంటిదేమైనా ఉంటే చెప్పండి పర్లేదు !" అని అంటారు . అందుకు మనోజ్ " నో సర్ ! అదేమీ లేదు ... వెళ్దాం పదండి !" అంటాడు .
మనోజ్ సంజయ్ కార్ ఎక్కుతాడు , కార్ స్టార్ట్ చేస్తూ ... " అన్నట్టు మీ చెల్లి పేరు చెప్పలేదు ?" అంటారు సంజయ్ నవ్వుతూ ... అందుకు మనోజ్ " ఆకాంక్ష " అని చెబుతాడు .

***

మనోజ్ ఇంటి ముందు కార్ ఆపుతాడు డా. సంజయ్.

మనోజ్ ఇల్లు; సమయం (ఉదయం) 8 కావోస్తుంటుంది...

కార్లోంచి ఇద్దరూ దిగి ఇంటి లోపలకి వెళ్తారు . ఇల్లు నిశ్శబ్దంగా ఉంటుంది . చూడగానే ఇంట్లో ఎవరూ లేరేమో అనిపించేలా ఉంది . అది చూసిన సంజయ్ ' ఏంటి మనోజ్ ఇంట్లో ఎవరూ లేరా ?' అని అడుగుతారు . అందుకు మనోజ్ ' చెప్తాను సర్ ... ఓ సారి ఇలా రండి !' అంటూ మనోజ్ సంజయ్ ని ఓ గది

లోకి తీసుకువెళతాడు .
ఆ గదిలోని ఓ గోడకు మనోజ్ వాళ్ళ పేరెంట్స్ ఫోటోలు ఉంటాయి . వాటిని చూపిస్తూ ... ' వీళ్ళే సర్ మా పేరెంట్స్ !' అని చెబుతాడు . ఆ ఫోటోలను చూసి విషయాన్ని అర్థం చేసుకున్న సంజయ్ సానుభూతిని ప్రదర్శిస్తూ ' ఐ ఆమ్ సారీ మనోజ్ !' అని అంటారు .
అందుకు మనోజ్ ' నాకు ఊహ తెలిసే టైం కే మా నాన్నగారు చనిపోయారు . తరువాత కొన్ని నెలలకు చెల్లి పుట్టింది . మా చెల్లికి 11 ఏళ్ళు వచ్చేవరకు ఇద్దరినీ అమ్మే పెంచింది , ఆ తరువాత నుండి నేనే మా చెల్లిని చూసుకుంటున్నాను . మా అమ్మ బ్రతికున్నంతవరకూ మా చెల్లికి ఉన్న సమస్య గురించి నాకస్సలు తెలియదు . మొదట్లో తను పరాయిమనుషులను చూసి భయపడుతుంటే నేను ఆ వయసులో ఉండే కొంత మంది పిల్లలకు ఉండే సహజమైన భయం అనుకున్నా . కానీ , అది ఎంత పెద్ద సమస్యో తాను ఎదుగుతున్న కొద్దీ నాకర్థమవుతూ వచ్చింది .
“ అమ్మ ఉన్నప్పుడు తను ఎన్నిసార్లు అమ్మతో పాటు బయటకు వెళ్లిందో నాకంతగా గుర్తులేదు కానీ , అమ్మ పోయినప్పటి నుండి ఇప్పటివరకూ ఒక్కసారి కూడా తను ఇంటి గడప దాటి పోలేదు . ఈ సమస్యను ఎవరికి చెప్పాలో తెలీదు . తన పరిస్థితి తెలిసిన మా చుట్టాలు కూడా ఈ చుట్టుపక్కలకు రావడమే మానేశారు . కానీ , ఓ పక్క నా చెల్లిని చూస్తుంటే ...తన భవిష్యత్తు ఏంటా ...? అనే ఓ పెద్ద క్వశ్చన్ మార్క్ తప్ప నాకు సమాధానం కనిపించడం లేదు . ఏం చేయాలో తెలియని అయోమయ పరిస్థితిలో ఉన్న నాకు మీ గురించి తెలిసింది .
“ మనుషుల మనస్సులను చదవడంలో మీకు మీరే సాటి అ

ని , ఇంతకాలం యూ . ఎస్ లో ఉన్న మీరు ఈ మధ్యే ఇండి యా తిరిగొచ్చారని , ఇక్కడే కౌన్సిలింగ్ సెంటర్ పెడుతున్నా రని ఎవరో చెబితే విన్నాను . ఎలాగైనా మిమ్మల్ని పర్సనల్ గా మీట్ అవ్వాలని మీ డైలీ రొటీన్ తెలుసుకున్నాను , మిమ్మ ల్ని కలుసుకున్నాను !' అని దీనంగా తన యొక్క కథను ,పరి స్థితిని క్లుప్తంగా వివరిస్తాడు .

అదంతా విన్న సంజయ్ ఓదార్పుగా మనోజ్ భుజం తడతా రు . అలా ఇద్దరూ ఆ రూమ్ నుండి బయటకు వస్తారు .

' ఇప్పుడు మీకు నా చెల్లిని చూపిస్తాను సర్ ... కానీ , మీరు మా త్రం తన కంట పడకుండా జాగ్రత్త పడండి . మీరొచ్చినట్లు తె లిస్తే తను మనకి ఏ మాత్రం సహకరించదు ' అని అంటాడు మనోజ్ .

' నో నో ... నేను వచ్చినట్టు తనకి తెలియాలి మనోజ్ . అప్పు డే తన true reactions బయటపడతాయి . తనేంటో నేను కళ్లా రా చూడచ్చు !' అని అంటారు డాక్టర్ .

అందుకు మనోజ్ ' అంటే ... చెప్పా కదా సర్ , తనో కొత్త మని షిని చూస్తే చాల weird గా , violent గా behave చేస్తుంది సర్ ...' అని చెబుతాడు .

'let her behave in her own way... if i have to treat her, then I should have to face her' అని ఓ ఆర్డర్ వేసినట్టుగా అంటారు డా . సంజయ్ .

అప్పుడు మనోజ్ డాక్టర్ చెప్పింది తప్ప చేసేదేమి లేదనుకు ని , ఇక ఏదైతే అది అవుతుంది అన్నట్టు నిర్ధారించుకున్న ట్టుగా తలూపుతూ తన చెల్లి ఉన్న రూమ్ తలుపు తీస్తాడు ని దానంగా ...

ముందుగా ఆమె నేల మీద పడుకుని ఉంటుంది . అలా తలు

పు తీయటంతోనే ఒక్కసారిగా నేల మీద నుండి లేచి మంచం వెనక్కి వెళ్ళిపోయి దాక్కుంటుంది . రేగిన జుట్టుతో , చెదిరిన కాటుకతో , కళ్ళల్లో భయంతో బిక్కు బిక్కుమంటూ మంచం వెనుక ముడుచుకుని కూర్చుండిపోతుంది .

అలా భయపడుతున్న తన చెల్లి దగ్గరకు నిదానంగా వెళ్లి , ' చెల్లెమ్మ ! నేనేరా , అన్నయ్యని ... భయపడకు ' అంటూ ధైర్యం చెబుతూ ఓ చిన్నపిల్లని బుజ్జగిస్తునట్టుగా లాలనగా తనని దగ్గరకు తీసుకుంటాడు మనోజ్ .

అప్పుడు ఆమె అన్నయ్య భుజం పై నుండి ఓ సారి గది అంతా కలియచూసి , అన్నయ్య తప్ప మరెవ్వరూ లేరని అర్ధమైన తరువాత కాస్త స్థిమితపడుతుంది . అలా మనోజ్ తన చెల్లిని నిదానంగా హాల్ లోకి తీసుకువస్తాడు .

ఆమె తన గది నుండి హాల్లోకి రావటంతోనే అక్కడ నిల్చున్న డాక్టర్ సంజయ్ ని చూసి మళ్ళీ ఒక్కసారిగా భయంతో బిగ్గరగా అరుస్తుంది . ఒక కొత్త వ్యక్తిని చూడటంతో ఆమెకు కంగారు , భయం పుట్టుకొస్తాయి . అంతే వాళ్ళ అన్నయ్యను గట్టిగా పట్టేసుకుని వణికిపోతుంటుంది .

కానీ , డా . సంజయ్ ఆమెను మరింత పరీక్షించాలనే ఉద్దేశంతో ఇంకా ఇంకా దగ్గరకు వస్తుంటాడు . డాక్టర్ దగ్గరకు వచ్చే కొద్దీ ఆమెకు భయం రెట్టింపు అవుతూ ఉంటుంది .

ఆ భయంతో ' అన్నయ్య ... అన్నయ్య ... ఎవరో వస్తున్నారు ... ఎవరో వస్తున్నారు అన్నయ్య ... నాకు భయమేస్తుంది అన్నయ్య ... దగ్గరకు వచ్చేస్తున్నాడు అన్నయ్య !' అంటుంది వణుకుతున్న గొంతుతో .

అందుకు మనోజ్ ' చెల్లెమ్మ భయపడకు నేనున్నా కదా ... ఏం కాదు , ఏం కాదు ... భయపడకు నేను చెబుతున్న కదా భ

యపడకు ...' అంటూ ఉంటాడు అనునయంగా .
ఆ విధంగా తన చెల్లిని నియంత్రించడానికి , ధైర్యం చెప్పడానికి ప్రయత్నిస్తుంటాడు మనోజ్ . అయినా కూడా ఇంకా దగ్గరకు వస్తున్న డాక్టర్ ను గమనించి ఆకాంక్ష ఇంకా భయపడిపోతుంటుంది .
మొత్తానికి డా . సంజయ్ ఆమె దగ్గరకు వచ్చి నిలబడతారు . ' హలో ఆకాంక్ష ' అంటూ చేయి వేయబోతే ఆమె తన అన్నయ్య వెనుక నుండే ఉంటూ ఉన్నట్టుండి డాక్టర్ ని చేత్తో తోసేస్తుంది . వాళ్ళ అన్నయ్యను బలంగా పట్టుకుని తన గదిలోకి లాక్కెళ్ళే ప్రయత్నం చేస్తుంది .
డాక్టర్ మళ్ళీ తన దగ్గరకు వస్తూ ' కంగారు పడకు ... నేను నీతో మాట్లాడటానికి వచ్చాను , నేను నిన్ను ఏమీ చేయను ' అని సహనంగా అంటారు .
కానీ ఆమె మాత్రం ఆయన మాటేమి పట్టించుకోకుండా తన ధోరణిలో తాను భయపడిపోతూ , అన్నయ్యను అడ్డుగా పెట్టుకుంటూ , తన భుజాన్ని గట్టిగా పట్టుకుంటూ , ఒకసారి వెనక్కి లాగుతూ , ఒకోసారి ముందుకు తోస్తూ పిచ్చిదానిలా ప్రవర్తిస్తుంటుంది . తన చెల్లిని అలాంటి పరిస్థితిలో చూసి మనోజ్ ఎంతో బాధపడతాడు , తన కళ్ళల్లో నీళ్లు తిరుగుతాయి .
డా . సంజయ్ కూడా ఆమె ఎంత అరుస్తున్నా , తోస్తున్నా , ఎంతో సహనాన్ని ప్రదర్శిస్తుంటారు . కానీ , ఎంతకీ డాక్టర్ తన దగ్గరకు వచ్చే ప్రయత్నాన్ని మానుకోకపోవడంతో వాళ్ళ అన్నయ్యను వదిలేసి , తన గదిలోకి పారిపోయి తలుపు వేసుకుంటుంది .
జరిగిందంతా గమనించిన డా . సంజయ్ ' ఒక్క మనిషికే ఇంతిలా భయపడుతుందంటే ... గడప దాటి అడుగు బయటపె

ఆకాంక్ష

డితే తన పరిస్థితి ఎలా ఉంటుందో ఊహించుకోగలను . కానీ , తనలో ఈ భయంకరమైన భయానికి బీజం ఎక్కడ , ఎలా ప డిందో , దానికి గల కారణాలేంటో తెలుసుకోగలిగితే we can tre at her in a better way' అని ఆమె పరిస్థితిని , మనస్థితినిఅర్థం చేసుకున్న మనిషిగా మాట్లాడతారు .

అది విన్న మనోజ్ ' కానీ , ఎలా సర్ తెలుసుకోవడం ...?' అని అడుగుతాడు మనోజ్ సందేహంగా .

' మీ చెల్లే చెబుతుంది ! ఓసారి తనని పిలిచి నేను అడగమ న్న ప్రశ్నలు అడుగు . ఈ సారి నేను ఆమెకు కనపడకుండా జాగ్రత్త పడతాను ' అంటారు సంజయ్ .

అప్పుడు మనోజ్ తన చెల్లిని ' ఆకాంక్ష ' అని పిలుస్తాడు . కానీ తను మాత్రం బదులివ్వకుండా అలాగే గదిలో తలుపుని ఆనుకుని , భయపడుతూ కూర్చుని ఉంటుంది .

అప్పుడు మనోజ్ తన గది దగ్గరకు వెళ్లి , తలుపు తడుతూ ' ఆకాంక్ష ... తలుపు తీయమ్మ !' అని పిలుస్తాడు .

అందుకు తను ' నేను తీయను అన్నయ్య ... హాల్లో ఎవరో ఉ న్నారు , నాకు భయమేస్తుంది !' అంటుంది అమాయకంగా భ యపడుతూ .

అప్పుడు మనోజ్ ' లేదమ్మా ... ఆయన వెళ్లిపోయారు , ఇంకె వ్వరూ లేరు ' అంటూ బదులిస్తాడు .

' నువ్వు నిజమే చెబుతున్నావా అన్నయ్య ... ప్రామిస్ ?' అం టుంది వణుకుతున్న గొంతుతో .

' ఆ ప్రామిస్ !' అని అంటాడు మనోజ్ ఓ తండ్రి తన కూతురి ని బుజ్జగిస్తున్నట్టుగా .

అప్పుడు తన అన్న మాటలు విన్న ఆకాంక్ష ఏడుపు ఆపుకుం టూ , ధైర్యం తెచ్చుకుని పైకి లేచి తలుపు తెరుస్తుంది . కానీ ,

పూర్తిగా గది బయటకు రాకుండా తలుపు వెనుక నుండి హాల్ అంతా పరిశీలనగా చూసి ఎవరూ లేరని నిర్ధారించుకున్న తరువాత నిదానంగా బయటకు వస్తుంది .
అన్నయ్యా దగ్గరకు వచ్చి తన భుజం పట్టుకుని , ' అన్నయ్యా ... అయినా నువ్వు అలా ఎందుకు వేరే వాళ్ళని రానిచ్చావ్ ? నాకెంత భయమేసిందో తెలుసా ?' అని అడుగుతుంది చిన్న పిల్లలా .
అందుకు మనోజ్ ' సారీ రా తల్లి ... రియల్లీ వెరీ సారీ ...' అంటాడు తలా నిమురుతూ .
' సరే గాని , ఇంకెప్పుడూ ఇంకెవ్వరూ రాకుండా చూడు సరేనా !' అంటుంది .
' సరే !' అంటూ ఇబ్బందిగా అరనవ్వు నవ్వుతాడు మనోజ్ .
ఎందుకంటే తనకి తెలుసు ... తనని ట్రీట్ చేయడానికి డాక్టర్ మళ్ళీ మళ్ళీ తన దగ్గరకు వస్తారని .
అప్పుడు ఆకాంక్ష చక్కగా , చిన్నగా నవ్వుతుంది .
అప్పుడు మనోజ్ ' సరే పదా ... కాసేపు అలా హాల్ లో కూర్చుందాం ' అంటూ హాల్ లోకి తీసుకు వెళతాడు . ఇద్దరూ సోఫాలో కూర్చుంటారు . మనోజ్ తన చెల్లిని ఎలా ప్రశ్నించాలని ఆలోచిస్తూ కూర్చుంటాడు .
' ఏంటన్నయ్యా సైలెంట్ గా ఉన్నావ్ , ఏదోటి మాట్లాడు ' అంటుంది .
అప్పుడు మనోజ్ అడగడానికి సంకోచిస్తూ ... ' ఆకాంక్ష ... నువ్విందాకా ఎందుకని భయపడ్డావ్ ?' అని అడుగుతాడు ఆరా తీస్తునట్టుగా .
అందుకు తను ' నీకు తెలుసు కదా అన్నయ్యా , మళ్ళీ ఏంటి కొత్తగా ?' అంటుంది .

' తెలుసు ... నీకు మనుషులంటే భయమని ! కానీ , నేనూ మ నిషినే కదా ...! నేనంటే ...' అని మనోజ్ పూర్తిచేసేలోపు ' భ యం లేదు . ఎందుకంటే నువ్వు నా అన్నవి కదా ... నువ్వు న న్ను ఏం చేయవు ...' అని బదులిస్తుంది ఆకాంక్ష .
' అంటే ... మిగతా మనుషులు ఏం చేస్తారని నీ భయం ?' అని అడుగుతాడు సందేహంగా , ఏం చెబుతుందా అనే కుతూహ లంగా .
అందుకు తను ' ఆమ్మో వాళ్ళు ... మోసం చేస్తారు ...' అని చె బుతుంది చిన్నపిల్లలా అమాయకంగా .
లోకజ్ఞానం తెలియని , మనసు పరంగా ఎదగని ఓ చిన్నపిల్ల అంతటి పెద్ద మాట అనేసరికి మనోజ్ నిర్ఘాంతపోతాడు . అం దులోనుంచి తేరుకుంటూ ' ఇలా ఎవరు చెప్పారు నీకు !!!?' అని మళ్ళీ ప్రశ్నిస్తాడు మనోజ్ .
అందుకు ' అమ్మ చెప్పింది !' అని బదులిస్తుంది ఆకాంక్ష .
ఆ మాట విన్న మనోజ్ అమ్మెందుకు ఇలా చెప్పిందని మరిం త ఆశ్చర్యపోతాడు .
మళ్ళీ తనను తాను తమాయించుకుంటూ , ' ఇంకేం చెప్పిం ది అమ్మ ?' అని అడుగుతాడు చిన్న గొంతుతో .
అప్పుడు తను ' తనకి ఈ లైఫ్ నచ్చలేదంటా ...' అని జవాబి స్తుంది .
దాంతో మనోజ్ తన తల్లి జీవితంలో తనకు తెలియకుండా , లేదా తన పుట్టక ముందు ఏదో జరిగిందని , ' కానీ అమ్మెందు కు నాతో ఎప్పుడూ ఏమీ చెప్పలేదు ... తన కన్నా చిన్నదైన తన చెల్లికెందుకు ఇవన్నీ చెప్పింది ' అని ఆశ్చర్యంతో ఆలో చిస్తుంటాడు .
ఇంతలో ఆకాంక్ష ' నాకు నిద్రొస్తుంది అన్నయ్యా !' అంటూ త

న గదికి వెళ్ళిపోతుంది .
తన వెళ్లి తలుపు వేసుకోగానే , సంజయ్ మనోజ్ గది తలుపు తీసుకుని బయటకు వస్తారు . తన తల్లి జీవితంలో ఏం జరిగుంటుందా అని మనోజ్ ఆలోచిస్తుంటాడు . ఇంతలో డా . సంజయ్ వచ్చి తన ఎదురుగా కూర్చుంటారు .
ఒక నిమిషం పాటు అంతా నిశ్శబ్దం . అందులోనుంచి తేరుకుంటూ ... ' మా అమ్మ అలా చెప్పిందంటే చాలా ఆశ్చర్యంగా ఉంది సర్ ! మరోపక్క నాకెందుకు చెప్పలేదా అని బాధగా ఉంది ' అని అంటాడు మనోజ్ .
అందుకు బదులుగా ' అన్నీ అందరితోనూ పంచుకోలేం మనోజ్ . అందులోనూ నీ దగ్గర దాచిన విషయాలు నీకు చెప్పటం కంటే తన కూతురికి చెప్పటమే ముఖ్యం అని ఆమె భావించి ఉండచ్చు . మీ చెల్లి చెప్పిన దాని బట్టి చూస్తే ... మీ అమ్మగారి జీవితంలో మీకు తెలియని చీకటి కోణాలున్నాయి . ఆమె జీవితంలో దారుణంగా మోసపోయారని స్పష్టంగాఅర్ధమవుతుంది .
" ఆమెకు జరిగినట్టుగా తన కూతురుకి జరగకూడదని , ఈ సమాజంలో జరిగే మోసం , అన్యాయం ఇలా అన్ని రకాల చెడుల నుండి తనని కాపాడుకోవడం కోసం , ఆమె చిన్నప్పటి నుండే తనని ఈ విధంగా ప్రేరేపించింది . అది ఆమె ' జాగ్రత్త ' అనుకుంది , ' భద్రత ' అనుకుంది . కానీ , తనని తానే ఇలా ఓ గదిలో నిర్బందించేసుకుంటుంది అని ఆమెఊహించలేక పోయింది .
" అంతగా ఆలోచించలేని శక్తి లేని ఆ వయసులో మీ అమ్మగారు చెప్పిన మాటలు ఇప్పుడు మీ చెల్లెలి జీవితానికి శాపంగా మారాయి . మీ చెల్లి మారాలంటే , ఇప్పుడు నీ మీద ఉన్న న

మ్మకమే మిగతా మనుషుల మీద కలిగించాలి . మనుషులలో చెడ్డవారు మాత్రమే కాదు , మంచోళ్ళు కూడా ఉంటారని తెలియచేయాలి . అలా చేస్తే కొంచెం కొంచెం గా భయంపోతుంది , మీ చెల్లి మారుతుంది .' అని వివరిస్తారు డా . సంజయ్ .
డాక్టర్ చెప్పిందంతా విన్న మనోజ్ అది ఎలా సాధ్యపడుతుందా అనే సందేహంతో చూస్తాడు .
అతని చూపులోని అర్థాన్ని గ్రహించిన సంజయ్ ' సింపుల్ , ఈ రోజు నిన్నొక్కడినే నమ్ముతుంది , రేపు గడిచేటప్పటికి ఇద్దరిని నమ్మాలి , ఆ తరువాతి రోజు ముగిసే సరికి ఇద్దరు నలుగురవ్వాలి . అలా నెమ్మదిగా తనలో ఉన్న నమ్మకం పెరుగుతుంది . ఆ నమ్మకమే తనలో ధైర్యాన్ని పెంచుతుంది , మీ చెల్లి మారుతుంది .'
మనోజ్ ఆలోచనలో పడతాడు ...
2 సెకన్ల వ్యవధి తరువాత ... ' మనసుంటే మార్గం ఉంటుంది మనోజ్ ... కలుస్తూ ఉందాం !' అని చెప్పి డాక్టర్ సంజయ్ వెళ్ళిపోతారు .

***

ఆ రాత్రంతా డాక్టర్ చెప్పిన దాని గురించి ఆలోచిస్తాడు మనోజ్ . అలా ఆలోచనల దుప్పటిలో నిద్రలోకి జారుకుంటాడు .

***

తెల్లవారుతుంది ...
చెల్లికి టిఫిన్ పెట్టి , జాగ్రత్తగా ఉండమని చెప్పి బయటకు వె ళ్లాడు మనోజ్ .

***

ఒక గ్రౌండ్ ; సమయం ఉదయం 9:32;
మనోజ్ ఇంకా తన స్నేహితులు బాబీ , ఈశ్వర్ , చేతన (చేతు), రాకేష్ కలుసుకుంటారు . డాక్టర్ చెప్పిందంతా వాళ్లందరికీ చెబుతాడు మనోజ్ .
అందరూ ఆలోచిస్తుంటారు ...
ఇంతలో ' అరే ! నువ్వేం టెన్షన్ పడకు ... మేమంతా ఉన్నాం . ఏదోటి చేసి ఆకాంక్ష ను కాపాడుకుందాం ' అంటాడు బాబీ .
' అవున్రా ... నువ్వు ఆ డాక్టర్ చెప్పినట్టు మాలో ఒకొక్కరిని తీసుకెళ్లి మీ చెల్లికి పరిచయం చెయ్యి , మేమంతా ఎలాగోలా తనకి దగ్గరకావడానికి ప్రయత్నిస్తాం ' అని అంటాడు ఈశ్వర్ .
అందుకు రాకేష్ ' అలా ఓసారి వెళ్ళినందుకే నీ మీద ఫ్లవర్ వాస్ విసిరింది మర్చిపోయావా ...' అంటూ ఓ పాత విషయాన్ని గుర్తుచేస్తూ అడుగుతాడు ఈశ్వర్ ని .
' అప్పుడలా విసిరిందనే వెనక్కి వచ్చేసాం రా ... ఇప్పుడలా ఎన్ని చేసినా మనం సహనంగా ఉండగలిగితే తను మారే అవకాశం ఉంటుంది కదా !' అంటాడు ఈశ్వర్ .
' ఈశ్వర్ చెప్పింది కరెక్టే రా ... తను ఏదో చేస్తుందని భయపడితే తనను మార్చుకోలేము . ఏం చేస్తుంది మహా అయితే చేతికేది దొరికితే అది విసురుతుంది . భరిద్దాం ... మన ఆకాంక్షే క

దా ! కాబట్టి ఈ సారి సిన్సియర్ గా ప్రయత్నిద్ధాం !' అంటాడు బాబీ .
' ప్రయత్నించడం కాదు ... దగ్గరవుతాం . దగ్గరుండి అన్నీ నేర్పిస్తాం . తను మనలా అయ్యేవరకూ మేమంతా నీ వెంటే ఉంటాం ' అని అంటుంది చేతన .
' వీడి వెంట కాదు ... మనం ఇక నుండి ఆకాంక్ష వెంట ఉండాలి . అరే మనోజ్ ! పరిష్కారం దొరక్క ఇన్నాళ్లూ వెయిట్ చేసాం ... ఇప్పుడు సొల్యూషన్ దొరికిందిగా , సాల్వ్ చేసేద్దాం పదా !' అంటాడు ఈశ్వర్ .
అలా అందరూ మంచిగా , సానుకూలంగా మాట్లాడటంతో మనోజ్ కి ధైర్యం , నమ్మకం వస్తాయి .
అప్పుడు ' అయితే ... ముందు ఎవరిని పరిచయం చేయను ? ' అని అడుగుతాడు మనోజ్ .
అందుకు ' అమ్మాయిలు త్వరగా అమ్మాయిలతోనే కలుస్తారు కాబట్టి , ముందు నన్ను పరిచయం చెయ్యి ...' అంటుంది చేతన .
' అవునురా చేతు చెప్పింది కరెక్ట్ . ముందు తనని పరిచయం చేస్తే మన పని సులువవుతుంది .' అంటాడు బాబీ .
అందుకు మనోజ్ ' సరే !' అంటాడు .

***

అదే రోజు; సమయం 10:45; మనోజ్ ఇల్లు;
మనోజ్ చేతు ని తన ఇంటి లోపలకి తీసుకువెళ్తాడు .
' చేతు ... ఆకాంక్ష ఏం చేసినా ఏమనుకోకు ' అంటాడు మనో

జ్ చేతన తో కాస్త మొహమాటంగా .
అందుకు చేతన ' ఆకాంక్ష నీకు చెల్లైతే , నాకు ...' అని ఆగిపో తుంది .
' ఆ నీకు ?' అని అడుగుతాడు మనోజ్ అమాయకంగా .
' ఆ ఫ్రెండ్ ఫ్రెండ్ ... సో ఫ్రెండ్ ఏదైనా అంటే ఫీల్ అవుతా మా !' అని అంటుంది చేతు .
అప్పుడు ఆకాంక్ష రూమ్ దగ్గరకు వెళ్లి ఆగి ... ' వెయిట్ ! ముందు నేను లోపలకి వెళ్లి నీ గురించి చెప్పి , అప్పుడు నిన్ను పిలుస్తాను ' అంటూ మనోజ్ డోర్ తెరుస్తాడు .
అలా తెరవటంతో కిటికీ దగ్గర కూర్చున్న ఆకాంక్ష ఒక్కసారిగా ఉలిక్కిపడుతుంది . కానీ వచ్చింది అన్నయ్యే అని తెలుసుకుని మళ్ళీ మామూలు అవుతుంది .
అప్పుడు ' ఆకాంక్ష నీ గదిలోకి నేను కాకుండా ఇంకెవరొస్తారు . ఎందుకు ప్రతీసారీ భయపడతావ్ ?' అని అంటూ మనోజ్ చెల్లి దగ్గరకు వెళతాడు .
అందుకు తను ' ఏమో అన్నయ్యా ... నాకు భయం !' అని అంటుంది .
' సరే ... నీకు ఓ సర్ప్రైస్ తెచ్చా !' అంటాడు మనోజ్ .
' అవునా ... ఏంటన్నయ్యా అది ...!' అంటూ అడుగుతుంది చాలా సంతోషంగా .
అప్పుడు మనోజ్ ' చూపిస్తా ముందు కళ్ళు మూసుకో ' అని అంటూ తన చేతితో ఆకాంక్ష కళ్ళు మూసి నిదానంగా హాల్లోకి తీసుకెళ్లి , సరిగ్గా చేతన కు ఎదురుగా నిలబెడతాడు .
కళ్ళు తెరిస్తే , తనని చూస్తే ఎలా రియాక్ట్ అవుతుందా అని భయం ఇద్దరికీ . కానీ , వాళ్ళే భయపడితే అనుకున్నది చేయడం కష్టం కాబట్టి , మళ్ళీ ధైర్యం తెచ్చుకుని నిదానంగా తన క

ళ్ళ మీద నుండి తన చేతిని తీస్తాడు మనోజ్ .
దాంతో ఎదురుగా ఒక్కసారిగా ఓ కొత్త మనిషిని చూడటంతో ఎప్పటిలాగానే భయపడిపోతుంది ఆకాంక్ష . వెంటనే వెనక్కి వెళ్లిపోతుంటుంది .
చేతన ఆకాంక్ష ను దగ్గరకు తీసుకోవడానికి ప్రయత్నిస్తుంటుంది . కానీ , ఆకాంక్ష తోసేస్తుంటుంది .
అప్పుడు మనోజ్ ' ఆకాంక్ష తను నా ఫ్రెండ్ ... నిన్నేమీ చేయదు , చాలా మంచిది . నీకు నేను తప్ప ఫ్రెండ్స్ ఎవరూ లేరు కదా , అందుకే తీసుకొచ్చా , నా మాట వినమ్మా !' అంటూ తనని కంట్రోల్ చేయడానికి ప్రయత్నిస్తుంటాడు పక్కన నుండి .
మరోపక్క చేతన, ' ఆకాంక్ష ... జస్ట్ లిసెన్ టు మీ ... వుయ్ ఆర్ ఫ్రెండ్స్ , కమాన్ షేక్ హ్యాండ్ ఇవ్వు ' అని బుజ్జగిస్తూ దగ్గరకెళ్లే ప్రయత్నం చేస్తూ ఉంటుంది .
కానీ ఆకాంక్ష మాత్రం చేతనను తోసేస్తూ వెనక్కి వెళుతూ ఉంటుంది . కానీ , మొత్తం మీద చేతన ఆకాంక్ష ముఖాన్ని తన రెండు చేతులతో పట్టుకుంటుంది . దాంతో ఆకాంక్ష ఇంకా భయంతో గట్టిగా బిగుసుకుపోతుంది .
అప్పుడు అలాగే తన ముఖాన్ని పట్టుకుని ' ఆకాంక్ష ... చూడు , ఇటు చూడు ... నేను నీతో ఫ్రెండ్షిప్ చేయడానికి వచ్చాను . నాకెవ్వరూ ఫ్రెండ్స్ లేరు . నువ్వు కావాలంటే నన్ను తిట్టు , కొట్టు (అంటూ ఆకాంక్ష చేతులతో తనని కొట్టించుకుంటుంది), కానీ , నాతో ఫ్రెండ్షిప్ చేయవా ప్లీజ్ ...' అని అంటుంది చేతన తను కూడా ఓ చంటిపిల్లలా మారిపోయి .
దాంతో ఆకాంక్ష నిశ్శబ్దంగా ఉంటుంది .
అంతా నిశ్శబ్దం ....
మనోజ్ కూడా అంతే నిశ్శబ్దంగా తన చెల్లెలి ప్రతిస్పందన కో

సం ఆతురుతగా ఎదురుచూస్తుంటాడు రెప్ప వాల్చకుండా ... ఆకాంక్ష నెమ్మదిగా కళ్ళు పైకెత్తి చేతనను చూస్తుంది . చేతన ప్రేమగా ఆకాంక్ష కళ్ళు తుడుస్తోంది .

అప్పుడు ఆకాంక్ష ఒక్కసారిగా ' అమ్మా ...' అంటూ చేతన ను కౌగిలించుకుంటుంది .

దాంతో ఆనందంతో చేతన కూడా ఓ తల్లిలా ఆకాంక్షను ప్రేమగా కౌగిలించుకుంటుంది .

తన చెల్లి రియాక్షన్ చూసి మనోజ్ ఆశ్చర్యపోతాడు . మార్పు మొదలయ్యిందని సంతోషంతో తన కళ్ళ వెంట ఆనంద బాష్పాలు వస్తాయి .

అప్పుడు చేతనను చూస్తూ ... ' మీరు తాకంగానే నాకెందుకో మా అమ్మ గుర్తొచ్చింది . అందుకే అలా పిలిచాను !' అంటుంది ఆకాంక్ష .

అందుకు చేతు ' పర్లేదు ... నువ్వెలాగైనా నన్ను పిలవచ్చు !' అంటుంది నవ్వుతూ కళ్ళు తుడుచుకుంటూ .

అందుకు ఆకాంక్ష కూడా చిన్నాగా నవ్వుతుంది ...

***

అలా ఆరోజు నుండి రోజూ చేతన ఆకాంక్షను కలిసి తనతో సమయం గడుపుతూ ఉంటుంది . ఆకాంక్షను చేతు ఆడించడం , నవ్వించడం , అన్నం తినిపించడం లాంటివి చేస్తూ ఓ ఫ్రెండ్ లా , కేర్ టేకర్ లా దగ్గరుండి ప్రేమగా చూసుకుంటూ ఉంటుంది . ఇదంతా మనోజ్ చాలా సంతోషంగా గమనిస్తూ

ఉంటాడు . నిదానంగా ఆకాంక్షకు కొత్త కొత్త ఎమోషన్స్పరిచ యమవుతుంటాయి .

***

అలా ఓ రోజు... మనోజ్ ఇంట్లో;
ఆకాంక్ష హాల్లో సోఫాలో కూర్చుని పేపర్ మీద డ్రాయింగ్ వే స్తూ ఉంటుంది . పక్కనే చేతన కూర్చుని ఉంటుంది . మనో జ్ కిచెన్ లో ఏదో ప్రిపేర్ చేస్తూ ఉంటాడు . అప్పుడు చేతన ఉ న్నట్టుండి ... ' ఆకాంక్ష ... మొదటిసారి నన్ను చూసినప్పుడు ఎందుకు భయపడ్డావ్ ?' అని అడుగుతుంది .
చేతన అలా అడగగానే గీయటం ఆపి , చేతన వైపు చూస్తూ ' నాకు మనుషులంటే భయం !' అని చెబుతుంది ఆకాంక్ష చి న్న గొంతుతో .
అప్పుడు చేతు ' ఎందుకని ?' అని మళ్ళీ ప్రశ్నిస్తుంది .
అందుకు ఆకాంక్ష ' చిన్నప్పుడు మా అమ్మ చెప్పింది ... మ నుషులు మోసం చేస్తారని , ఎవరినీ నమ్మొద్దని , దగ్గరకు రా నివ్వద్దని ...' అని సమాధానం చెబుతుంది .
(వీరి సంభాషణ ను కిచెన్ లో నుండి వింటుంటాడు మనోజ్ .)
' ఓ ! అయితే నీకు మోసం అంటే ఏంటో తెలుసా ?' అడుగు తుంది చేతన .
ఇప్పటివరకూ ఎవరూ అడగని ప్రశ్న అడిగింది చేతు ఆకాం క్షని . దానికి తోడు నిజానికి ఆకాంక్ష కు ' మోసం ' అనే పదాని కి అర్థం తెలియదు . దాంతో ఏం చెప్పాలో తెలీక అయోమ

యంగా చూస్తూ ... ' ఊహు ...' అని అంటుంది .
' ఓ !!! మోసం అంటే ఏంటో తెలీకుండానే భయపడిపోతు న్నావా ?' అని అడుగుతుంది చేతన .
అందుకు ఆకాంక్ష సమాధానం ఇవ్వకుండా నిశ్శబ్దంగా , తెల్ల ముఖం పెట్టి అలా ఉండిపోతుంది ...

' ఏయ్ ! నేను ఊరికే అడిగాను ... వదిలేసేయ్ ! సరే నేను వె ళ్ళాలి ' అంటుంది చేతు నవ్వుతూ . అలా అంటూ చేతన లే చి హ్యాండ్ బ్యాగ్ తీసుకుని ' బై ఆకాంక్ష ... బై మనోజ్ !' అని చెప్పి మెయిన్ డోర్ వైపుకి వెళుతుంటుంది ...
మనోజ్ కిచెన్ లో నుండి ' బై ' చెబితే , ఆకాంక్ష ' రేపు వస్తావు గా ?' అని అడుగుతుంది .
అందుకు చేతు ' హా వస్తాను !' అని వెళ్ళిపోతుంది .

***

ఆ తరువాతి రోజు ;
ఆకాంక్ష ఉదయమే నిద్రలేచి చేతన గురించి ఎదురుచూ స్తుంటుంది . సమయం గడుస్తుంటుంది గాని , చేతన మా త్రం ఎంతకీ రాదు .
మధ్య మధ్యలో ' అన్నయ్య చేతు ఏంటి ఇంకా రాలేదు , వస్తా అంది కదా !' అని మనోజ్ ని అడుగుతూ ఉంటుంది .
దానికి మనోజ్ ' ఏమోరా నేను అదే చూస్తున్నాను ' అని ఓ సా రి , ' ఏదో పని ఉండి ఉంటుందిలే , వస్తుందిలే ' అని ఒకసారి , ' ఎప్పుడోకప్పుడు వస్తుందిలే !' అని మరోసారి సమాధానం

ఇస్తుంటాడు .
అలా మొత్తం మీద ఆ రోజంతా ఆకాంక్ష చేతన గురించి ఎదురుచూస్తుంది గాని , తను రాదు .

***

ఆ మరుసటి రోజు ;
ముందురోజు లాగానే ఉదయమే నిద్రలేచి చేతన కోసం ఎదురుచూడటం మొదలుపెడుతుంది ఆకాంక్ష . కానీ , తన ముఖంలో చేతు నిన్న రాలేదన్న బెంగా , బాధ కనపడుతున్నాయి . తన గదిలో నుండి హాల్ లోకి వచ్చి కూర్చుని అలా మెయిన్ డోర్ వైపు చూస్తూ కూర్చుంటుంది .
అలా తను ఎదురుచూస్తుండగా చేతన తలుపు తెరుచుకుని లోపలకి వస్తుంది . కానీ , ఈ సారి ఆకాంక్ష భయపడలేదు . ఎందుకంటే , ఆ తలుపు వెంట చేతన తప్ప మరెవ్వరూ రారు అని మనసులో బలంగా ఉండిపోయింది . చేతన రావటాన్ని చూసి ఆకాంక్ష ముఖం ఆనందంతో వెలిగిపోతుంటుంది .
చేతన ఆకాంక్ష దగ్గరకు వచ్చి నుంచుని ' హాయ్ ! ఆకాంక్ష ' అని అంటుంది ఎప్పటిలా .
అందుకు ఆకాంక్ష ' నిన్నంతా ఎందుకు రాలేదు ?' అని అడుగుతుంది కొంచెం కోపంగా , కొంచెం బెంగగా .
దానికి చేతు ' సారీ ఆకాంక్ష ... చలిగాలిలో తిరగడం వల్ల నిన్నంతా విపరీతమైన హెడేక్ , లైట్ గా ఫీవర్ వచ్చింది . అందుకే రాలేకపోయాను !' అని చెబుతుంది .
అది విన్న ఆకాంక్ష ' ఓ అవునా ! ఇప్పుడెలా ఉంది , తగ్గిందా

మరి ...' అని అడుగుతుంది కంగారుగా .
' హా తగ్గింది ... ఐ అమ్ ఫైన్ ' అని నవ్వుతుంది చేతు , దాంతో ఆకాంక్ష కూడా చిన్నగా నవ్వుతుంది .
అప్పుడు ' సరే గాని , మనోజ్ ఎక్కడ ?' అని అడుగుతుంది చేతు .
అందుకు ' ఇక్కడ ' అంటూ కిచెన్ నుండి మనోజ్ స్వరం వినిపిస్తుంది .
వెంటనే చేతు మనోజ్ కోసం కిచెన్ లోకి వెళుతుంది .
మనోజ్ బాటిల్స్ పడుతూ ' ఏంటి జ్వరమా ... ఇప్పుడు ఓకే నా !?' అని అడుగుతాడు .
అందుకు చేతు ' అదేం లేదు ... నిన్నంతా బద్ధకంగా ఉంది , ఇక్కడికొచ్చి మాత్రం ఏం చేస్తాను అని రాలేదు ' అని అంటుంది కాస్త చిన్న గొంతుతో .
అది విన్న మనోజ్ ఎందుకో సైలెంట్ అవుతాడు . అతని ముఖంలో తేడాను గమనించిన చేతన వెనక్కి తిరిగి చూస్తే , వెనుక ఆకాంక్ష ఉంటుంది . అది చూసి చేతన తెల్ల ముఖం వేసుకుని అలా ఉండిపోతుంది . ఆకాంక్ష కళ్ళల్లో నీళ్లు తిరుగుతుంటాయి ...
' అంటే ... నువ్వు నాకు అబద్ధం చెప్పేవు కదూ ...' అని అడుగుతుంది ఆకాంక్ష వణుకుతున్న గొంతుతో .
' ఎందుకని అబద్ధం చెప్పేవు ... ఎందుకు ?' అని మళ్ళీ కొంచెం గట్టిగా అరుస్తుంది ఆకాంక్ష .
అప్పుడు ఉన్నట్టుండి చేతన ' దీన్నే మోసం అంటారు !' అని అంటుంది .
దాంతో ఆకాంక్ష సైలెంట్ అవుతుంది .
' ఇప్పుడు నేను కేవలం అబద్ధం చెప్పడమే కాదు , నిన్ను మో

సం చేశాను ! అంతగా పరిచయం లేని వాళ్లకి చెబితే అది అ బద్ధం . అదే , ' మన ' అని నమ్మిన ఓ వ్యక్తి నమ్మకాన్ని దెబ్బ తీసేలా ప్రవర్తిస్తే అది మోసం ! అలా చేస్తే ఒకోసారి శాశ్వతం గా ఆ వ్యక్తి యొక్క నమ్మకాన్ని మనం కోల్పోవచ్చు . ఇదంతా నీకు అర్ధం కావాలనే ఇదంతా చేశాను . ఒకరకంగా ఇదిచాలా చిన్నది . ఇంకా కొంతమంది చాలా రకాలుగా నమ్మించి మో సం చేస్తుంటారు .

' మీ అమ్మగారిని కూడా ఎవరో బలంగా నమ్మించి చాలా దారు ణంగా మోసం చేసుంటారు . ఆమె ఒక్కసారి కాదు , పదే పదే రకరకాల మనుషుల చేతిలో మోసపోయి ఉండచ్చు . అందు కే మనుషులంటే మోసమే చేస్తారు అనే నిర్ధారణకు వచ్చేసా రు . అదే నీకూ చెప్పారు . దాంతో నువ్వు కూడా మనుషులం టే భయం పెట్టేసుకున్నావ్ . కాబట్టి నీకు భయం అనేఎమోష న్ తప్పా ఇంకేమీ తెలీదు .

“ కానీ , అందరిలానే అన్ని రకాల ఎమోషన్స్ నీలో ఉన్నాయి . నేను నిన్ను తాకంగానే అమ్మ ను గుర్తుచేసుకున్నావ్ కదా అ ది నీకు అమ్మ మీద ఉన్న ' ప్రేమ '. నేనొక రోజు కనపడకపో యే సరికి బెంగ పెట్టేసుకున్నావ్ కదా , దాన్నే ఎఫెక్షన్ అంటే ఆప్యాయత , నాకు బాలేదు అనగానే కంగారు పడ్డావ్ కదా... అది కూడా ఎఫెక్షనే , అదీ ఒకరకంగా ప్రేమే . ఏమనిషినైతే మనం ప్రేమిస్తామో , అభిమానిస్తామో ఆ మనిషంటే చాలా కే రింగ్ గా ఉంటాం , ఆ వ్యక్తికీ ఏమైనా అయితే తట్టుకోలేం .

' అలాగే , ఇందాక నేను అబద్ధం చెప్పాను అని తెలిసినప్పు డు నా మీద అరిచావు కదా అది కోపం , ఏడ్చావు కదా అది బా ధ ! ఇలా అన్నీ నీలో ఉన్నాయి . నువ్వు బయటికి వస్తే , అవి కూడా బయటకు వస్తాయి . కానీ , ఒక్కటి గుర్తుపెట్టుకో ఆకాం

క్ష ... మనుషులందరూ మోసం చేసేవాళ్ళు కాదు , కొంతమం
ది మంచోళ్ళు కూడా ఉంటారు . మనం దూరంగాఉండాల్సిం
ది మనుషుల్లో ఉండే చెడుకి , మనుషులకి కాదు !' అని చేతన
చెప్పగానే రూమ్ లో అంతటా నిశ్శబ్దం నెలకొంటుంది .
చేతన , ఆకాంక్ష తీక్షణంగా ఒకరి కళ్ళల్లోకి ఒకరు చూస్తుంటా
రు . ఒక్కసారిగా ఆకాంక్ష చేతన ను కౌగిలించుకుంటుంది . ఇ
ద్దరి కళ్ళ వెంట నీళ్లు కారతాయి . ఆ దృశ్యం చూడటానికి ఓ
అమ్మ తన బిడ్డను ఓదార్చ్సుతున్నట్టు , ఓ బిడ్డ తన తల్లి భుజం
మీద తల వాల్చి సేద తీరుతున్నట్టుగా కనిపిస్తుంది .

***

క్రితం సంఘటనతో నమ్మకం వచ్చిన మనోజ్ ఆ తరువాతి రో
జు తన మిగతా స్నేహితులందరినీ ఇంటికి తీసుకొచ్చి పరిచ
యం చేస్తాడు ఆకాంక్షకి .
ఆకాంక్షలో భయం తగ్గినప్పటికీ ఇంకా కాస్త బెరుకు అలానే
ఉంది . ఇదివరకులా కాకపోయినా , కొంచెం భయపడుతూ
అందరికీ షేక్ హ్యాండ్ ఇస్తుంది . పక్కనే చేతు ఆకాంక్ష భు
జం మీద చేయి వేసి నిలబడుతుంది .
అలా ఒకొక్కరు తనకు షేక్ హ్యాండ్ ఇస్తూ ఉంటారు .
అప్పుడు ఈశ్వర్ ముందుకొచ్చి షేక్ హ్యాండ్ ఇవ్వబోతే , అత
న్ని చూసి , ' నీ మీదే కదా ... ఓ సారి ఇంటికి వస్తే , ఫ్లవర్ వాస్
విసిరేసాను . పాపం నీకు నుదిటి మీద దెబ్బ కూడా తగిలింది
కదూ ...' అని అడుగుతుంది ఆకాంక్ష అమాయకంగా .
అందుకు ఈశ్వర్ ' అవును ' అంటాడు చిన్నగా నవ్వుతూ .

ఆకాంక్ష

' ఐ అమ్ సారి !' అంటుంది కాస్త ఇబ్బందిగా (తప్పు చేశా అ
నే భావనతో).

' పర్లేదు ... ఇట్స్ ఓకే !' అంటాడు ఈశ్వర్ నవ్వుతూ మొహమా
టంగా .

ఆకాంక్ష కూడా చిన్నగా నవ్వుతుంది .

ఆ తరువాతి రోజు; మనోజ్ ఇల్లు;
డాక్టర్ సంజయ్ ఆకాంక్ష ను చూడటానికి ఇంటికి వచ్చి , మ
నోజ్ ని పలకరించి సోఫాలో కూర్చుంటాడు .

' పార్క్ నుండి వస్తున్నారా ?' అని అడుగుతాడు మనోజ్ .

' హా అవును !' అని అంటారు సంజయ్ .

' టీ ... కాఫీ ..' కావాలా అన్నట్టుగా అడుగుతాడు మనోజ్ .
అందుకు ' కాఫీ ...' అని బదులిస్తారు సంజయ్ నవ్వుతూ .
కొద్ది నిమిషాల తరువాత ఆకాంక్ష కాఫీ తీసుకొచ్చి డాక్టర్ కి ఇ
స్తుంది , వెనుకే చేతన కూడా ఉంటుంది .
అది చూసి డాక్టర్ సంజయ్ కాఫీ తీసుకుంటూ ... ' ఓ వెరీ గుడ్
! మీరే చేసారా కాఫీ ?' అని అడుగుతాడు ఆకాంక్షని .

' అవును డాక్టర్ . మూడు రోజుల క్రితమే చేతన నాకు నేర్పిం
చింది .' అని చెబుతుంది నవ్వుతూ .

' ఓహ్ ! that's good... that's good... నీ ఫ్రెండా ?' అని అడుగు
తారు సంజయ్ .

' వీళ్లంతా మా అన్నయ్య ఫ్రెండ్స్, ఇప్పుడు నా ఫ్రెండ్స్ కూ
డా !' అని చెబుతుంది అందరినీ చూపిస్తూ .

' ఓహ్ ! వెరీ నైస్ ... that sounds great!' అని మెచ్చుకుంటారు

32

సంజయ్ .
' సర్ ... అదీ ... సారీ సర్ ! ఆ రోజు అలా ప్రవర్తించినందుకు '
అని అంటుంది ఆకాంక్ష కాస్త మొహమాటంగా .
'that's ok dear! నో వర్రీస్ ... యూ ఆర్ ఫైన్ నౌ ! 'that's what we want!' అని అంటారు డాక్టర్ సంజయ్ నవ్వుతూ .
' థ్యాంక్ యు డాక్టర్ !' అని హుషారుగా చెప్పి , మిగతా వాళ్ళకి కాఫీ ఇవ్వడానికి వెళుతుంది ఆకాంక్ష .
సంజయ్ కాసేపు మనోజ్ తో మాట్లాడుతూ ఆకాంక్షను గమనిస్తుంటారు . ఆ తరువాత వెళ్లే ముందు ... ' ఆకాంక్ష లో చాలా మార్పు వచ్చింది మనోజ్ . ఈ మార్పు మీతో కలిసి బ్రతకడానికి సరిపోతుంది . కానీ , తనంతట తాను బ్రతకడానికి సరిపోదు ! Our motto is to transform our innocent girl into an independent girl' అని చెప్పి అక్కడి నుండి వెళ్ళిపోతారు డాక్టర్సంజయ్ .
ఈ మాట మనోజ్ తో పాటు , తనతో ఉన్న చేతన , ఈశ్వర్ లు కూడా వింటారు .

***

ఆ తరువాతి రోజు నుండి ఈశ్వర్ ఆకాంక్షతో మరింత సన్నిహితంగా మెలగటం మొదలుపెడతాడు .
ఓ సారి , చేతు ఆకాంక్షకి అన్నం తినిపిస్తుంటే , ఈశ్వర్ ' లెట్ హర్ ఈట్ ... తను తింటుంది కదా ' అని అంటాడు .
దాంతో చేతు ప్లేట్ ఆకాంక్ష కు ఇస్తుంది . అప్పుడు ఆకాంక్ష తనంతట తాను తింటుంది . మధ్యలో పూలమారినప్పుడు ,

వెంటనే ఈశ్వర్ ఆకాంక్షకు మంచినీళ్లు అందిస్తాడు , చేతితో తల మీద చిన్నగా కొడుతూ ....

***

ఇంకో సందర్భంలో , ఎప్పటిలా హాల్లో ఆకాంక్ష , చేతన మాట్లాడుకుంటుంటే ... ' చేతు , ఆకాంక్ష ని అప్పుడప్పుడు విండో దగ్గర కూర్చోబెట్టు . అంటే ... తనకి ఎప్పుడూ నీడే కాదు , ఎండ కూడా అలవాటు పడాలి కదా !' అని అంటాడు .
అందుకు చేతన ' అదీ నిజమే , నేనెప్పుడూ అలా ఆలోచించలేదు . పదా ఆకాంక్ష , కిటికీ దగ్గర కూర్చుందాం ' అని నవ్వుతూ ఆకాంక్షను కిటికీ దగ్గరకు తీసుకెళ్తుంది .

***

మరో సందర్భంలో...

' మనోజ్ ... ఆకాంక్ష కి న్యూస్ చూపిస్తూ ఉందాం . బయటకి వెళ్లకపోయినా , బయట జరిగే విషయాలు తనకి తెలుస్తాయి . అలా తెలియడం చాలా అవసరం ' అంటాడు ఈశ్వర్ మనోజ్ తో .
మనోజ్ కూడా ఈశ్వర్ ఆకాంక్ష పై చూపించే ప్రత్యేక్ష శ్రద్ధను ఎప్పటికప్పుడు గమనిస్తుంటాడు .
టీవీ పెడుతుండగా ... ' న్యూస్ ఛానల్ అంటే ఏదోకటి పెట్టకు

, ఈ డిబేట్ లు , బిల్డ్ -
అప్ లు , భయంకరమైన బ్యాగ్రౌండ్ మ్యూజిక్ లు చూసి ఆకాంక్ష బెదిరిపోద్ది . చక్కగా ఈటివి న్యూస్ పెట్టు , అదొక్కటే ఏ గందరగోళం లేకుండా , ప్రశాంతంగా ఉన్న న్యూస్ ఉన్నట్టు చదివేది . లేదా దూరదర్శన్ పెట్టు , అస్సలు ఏ గోలా ఉండదు ' అంటాడు శ్రవణ్ .
ఆ మాట విని అందరూ నవ్వుతారు .
ఈశ్వర్ చెప్పినట్టు రోజూ ఆకాంక్ష కు న్యూస్ చూపిస్తూ ఉంటారు . న్యూస్ చూస్తూ ' అదేంటి ? ఇదేంటి ? ఇది అలా ఎందుకు చేశారు ? అది ఎలా జరుగుతుంది ?' అని ఆకాంక్ష అడిగే రకరకాల ప్రశ్నలకు మిగతావారు ఒకోసారి విసుగు ప్రదర్శించినా , ఈశ్వర్ మాత్రం ఎంతో ఓపికగా వివరిస్తుంటాడు ఆకాంక్ష కి . అందుకే , ఏది అడగాలన్నా ముందు ఈశ్వర్ నేఅడగటం మొదలుపెడుతుంది ఆకాంక్ష .

***

అలాగే ఒకరోజు ... మనోజ్ లా వంట నేర్చుకోవాలని , తన అన్నకి సాయంగా ఉండాలని ఆకాంక్ష మనోజ్ ని చూస్తూ ఉల్లిపాయలు కట్ చేస్తుంటుంది . ఆ సమయంలో ప్రమాదవశాత్తు తన వేలుని కోసుకుంటుంది .
అప్పుడే అక్కడికి నీళ్లు తాగడానికి వచ్చిన ఈశ్వర్ అది చూసి మనోజ్ కన్నా వేగంగా స్పందించి , కంగారుగా వెంటనే ఫస్ట్ ఎయిడ్ కిట్ తీసుకుని , ఆ వేలుని శుభ్రం చేసి , బ్యాండ్ ఎయిడ్ వేసి ... ' ఏం కాదు తగ్గిపోతుంది ! కాకపోతే , ముందు

ముందు ఇలాంటివి ఎన్నో తట్టుకోవాలి ఆకాంక్ష . తట్టుకుం టావులే ... ఎందుకంటే , అంతటి సమర్థత , సహనం మీఆడ వాళ్ళకి పుట్టుకతోనే వస్తుంది . అందుకే కాలచ్చు అని తెలిసి నా గరిట పట్టుకుంటారు , తెగచ్చు అని తెలిసినా కత్తి పట్టు కుంటారు , ప్రాణమే పణంగా పెట్టి మరో శిశువుకి ప్రాణం పోస్తా రు . అలా ప్రతీరోజూ మీకు సవాలే . ప్రతీ సవాలుని ధైర్యంగా ఎదుర్కుంటారు .

" కాకపోతే చాలా మంది వారిలో ఉండే ధైర్యాన్ని గుర్తించరు . అలా నువ్వు నీలోని ధైర్యాన్ని గుర్తించాల్సిన సమయం వ చ్చింది ఆకాంక్ష . మేము ప్రతీ క్షణం నీ వెంట ఉండలేకపోవ చ్చు . అందుకే , మాతోపాటు నీ ధైర్యంతో కూడా స్నేహం చె య్యి . అది నిన్నెప్పుడు విడిచి పెట్టదు . నువ్వు మిగతా మను షుల్ని నమ్మే ముందు , నిన్ను నువ్వు నమ్ముకో ఆకాంక్ష . నీ మీద నువ్వు పెంచుకునే నమ్మకమే నిను నలుగురిలో నిలబె డుతుంది , నడిపిస్తుంది , నిను గెలిపిస్తుంది . ఈ ధైర్యం , న మ్మకం రెండూ నీలో ఉన్నంతవరకూ ఎవరూ నిన్నేం చేయ లేరు ఆకాంక్ష !' అని చెబుతాడు ఆకాంక్ష కళ్ళల్లోకి సూటిగా చూస్తూ .

ఆకాంక్ష ఆలోచనలో పడుతుంది .

***

ఆ రోజు రాత్రి ; ఆకాంక్ష గదిలో ...

ఆకాంక్ష కు చేతన పరిచయం అయినప్పటి నుండి ప్రతీ సం ఘటన గుర్తుచేసుకుంటుంది . చేతన మొదటిసారి ప్రేమగా

తనని దగ్గరకి తీసుకోవడం , తనని ఆడించడం , నవ్వించ డం , అన్నం తినిపించడం , తరువాత ఈశ్వర్ తో పాటు మిగ తా స్నేహితులు పరిచయం అవ్వటం , వాళ్లతో గడిపిన క్షణా లు , ఇలా ప్రతీది తన కళ్ళ ముందు మెదులుతూఉంటుంది . ఆ క్రమంలోనే ఈశ్వర్ తనపై చూపుతున్న ప్రత్యేక శ్రద్ధాసక్తు లని గుర్తుచేసుకుంటుంది . ఈశ్వర్ సహనం , చూపించే ఆ ప్యాయత ఒకొక్కటి గుర్తొస్తుంటుంది ...
తన వేలు తెగిన వెంటనే ఈశ్వర్ కంగారుపడుతూ బ్యాండ్ ఎ యిడ్ వేసిన సంఘటన గుర్తొచ్చినప్పుడు ... ' నాకు బాలేదు అనగానే కంగారు పడ్డావ్ కదా , అది కూడా అఫెక్షనే , అదీ ఒక రకంగా ప్రేమే ! ఏ మనిషినైతే మనం ప్రేమిస్తామో , అభిమాని స్తామో , ఆ మనిషంటే చాలా కేరింగ్ గా ఉంటాం , ఆ వ్యక్తికి ఏ మైనా అయితే తట్టుకోలేం !' అని చేతన చెప్పినమాటలు గు ర్తుకొచ్చి , తన వేలికున్న బ్యాండ్ ఎయిడ్ ని చూసి చిన్నగా న వ్వి , నిద్రలోకి జారుకుంటుంది ఆకాంక్ష .

***

తరువాత రోజు ఉదయం ;
రోజూలానే స్నేహితులందరూ ఇంటికొస్తారు . ఆకాంక్ష ప్రత్యే కంగా ఈశ్వర్ ని గమనిస్తుంటుంది . మధ్యలో ఓ సారి , తనని గమనించడం ఈశ్వర్ గమనిస్తాడు .
అలా కొంత సమయం గడిచేక , ' అరే మనోజ్ , నేనొస్తారా ... ఈ రోజు కొంచెం పనుంది , రేపు కలుద్దాం . బై ఆకాంక్ష !' అం టూ లేచి ఇంటి బయటకి వెళతాడు . మనోజ్ కూడా బై చెబు

తాడు .
వెంటనే ఆకాంక్ష లేచి కిటికీ వైపు వెళుతుంది ఈశ్వర్ ని చూడాలనిపించి . ఎందుకంటే , ఎవరైనా ఆ కిటికీని దాటుకు నే వెళ్ళాలి .
' ఏంటీ బయటకొచ్చినోడు ... ఎంతకీ ఇక్కడికి రాడే ' అన్నట్టుగా చూస్తుంటే ... కిటికీ పక్కనే నిలబడినట్టుగా , ఈశ్వర్ ఆకాంక్షకు ఎదురుగా వచ్చి , ' నాకోసమేనా ?' అని అడుగుతాడు ఆకాంక్షని చిన్నగా నవ్వుతూ .
అందుకు తను ' కాదు , ఎండ తగులుతుందని ...' అని అంటుంది .
' అవునా ... అబద్ధాలు చెప్పడం ఎవరు నేర్పించారు ?' అని అడుగుతాడు మళ్ళీ .
' కొన్ని ఎవరూ నేర్పించక్కర్లేదు ...' అని బదులిస్తుంది నవ్వుతూ .
అందుకు ఈశ్వర్ ' అయితే , నువ్వు ... అబద్ధం చెప్పింది నిజం అనమాట . అది నిజమైతే ... నువ్వు నాకోసం ...' అని మధ్యలో ఆపేసి నవ్వుతూ వెళ్ళిపోతాడు .
ఆకాంక్ష కూడా సిగ్గుపడుతూ తనలో తాను నవ్వుకుంటుంది .

***

ఆ తరువాత రోజుల్లో ఆకాంక్ష ఈశ్వర్ కి మరింత దగ్గరవుతుంది . రోజూ ఈశ్వర్ వెళుతూ కిటికీ దగ్గర ఆగి , ఆకాంక్షతో మాట్లాడుతూ ఉంటాడు .

***

అలా ఓ రోజు ఉదయం;
ఈశ్వర్ స్వీట్స్ తెచ్చి , అందరికీ తినిపిస్తూ తనకి బెంగుళూరులో , ఓ మంచి కంపెనీలో ఉద్యోగం వచ్చిందని చెబుతాడు .
అప్పుడు అందరూ ఈశ్వర్ కి కంగ్రాట్స్ చెబుతారు .
కానీ , ఆకాంక్ష మాత్రం ఈశ్వర్ దగ్గరకొచ్చి ' బెంగుళూరు అంటే ఎక్కడ ?' అని అడుగుతుంది .
అందుకు ఈశ్వర్ ' ఇక్కడ కాదు , అది కర్ణాటక అని ఇంకో రాష్ట్రం , ఇక్కడికి చాలా దూరం ' అని చెబుతాడు .
అది విన్న ఆకాంక్ష ' ఓ ! మరీ ... ఎప్పుడు వెళ్ళేది ...?' అని అడుగుతుంది చిన్న గొంతుతో .
' ఈ రోజు రాత్రే ప్రయాణం !' అని బదులిస్తాడు ఈశ్వర్ .
ఆకాంక్ష ముఖంలో నిరుత్సాహాన్ని మనోజ్ , చేతన గమనిస్తారు .
కొంత సమయం గడిచేక ...
' ఒకే రా ... కొన్ని అరేంజ్మెంట్స్ అవి చేసుకోవాలి , మరి నేను వెళ్ళొస్తా ...' అని అంటూ ఈశ్వర్ ఆకాంక్ష దగ్గరకు వచ్చి , ' ఆకాంక్ష ... వెళ్ళొస్తాను ! చెప్పిన మాటలు గుర్తున్నాయిగా , ధైర్యంగా ఉంటావుగా , ఉంటావులే ...' అని నవ్వుతూ బయటకెళ్ళి తలుపు వేస్తాడు .
' ఏంటిది ప్రాణం పోతున్నట్టుగా అనిపిస్తుంది . ఏడుపొచ్చేస్తుంది . ఈశ్వర్ ని రేపటి నుండి చూడలేనంటే ఏదోలా ఉంది ! మొదటిసారి ఈశ్వర్ కళ్ళల్లోకి సూటిగా చూడలేకపోయాను ' అని ఆకాంక్ష మనసులో అనుకుని , వేగంగా లేచి పరుగు

లాంటి నడకతో తలుపు దగ్గరకు వెళ్లి , మళ్ళీ భయం వేసి ఆ గుతుంది .
ఆ క్షణం ... ' ఇలా అన్నీ నీలో ఉన్నాయి . నువ్వు బయటకొస్తే , అవి బయటకొస్తాయి . మనం దూరంగా ఉండాల్సింది మనుషుల్లో ఉండే చెడుకి , మనుషులకి కాదు !' అనే చేతన మాటలు ... ' ఈ ధైర్యం , నమ్మకం రెండూ నీలో ఉన్నంతవరకూ ఎవరూ నిన్నేం చేయలేరు ఆకాంక్ష !' అనే ఈశ్వర్ మాటలు గుర్తొస్తాయి ఆకాంక్షకి .
దాంతో ఆకాంక్ష రెండు కళ్ళు మూసుకుని , గట్టిగా ఊపిరి పీల్చుకుని ... ముందు తన చేతులతో తలుపు తెరుస్తుంది , తరువాత కళ్ళు తెరుస్తుంది . నేరుగా ఆకాశంలో సూర్యుడు , రోడ్డు మీద జనం ... ఇన్నాళ్లు తనని తాను నాలుగు గోడల మధ్య నిర్బంధించుకుని , ఆ రోజు ధైర్యంగా బయట ప్రపంచంలోకి అడుగుపెట్టాలని సంసిద్ధమైన ఆకాంక్ష కళ్ళకి కనపడ్డ దృశ్యమది .
కానీ , మనసులో మెదులుతున్న ఆలోచన ఒక్కటే ... ఈశ్వర్ ను చేరుకోవాలని ! ఆ ఆలోచనతో కళ్ళు పెద్దవి చేసి , ఆ జనంలో ఈశ్వర్ ఎక్కడ ఉన్నాడో అని చూసింది . కానీ , ఎక్కడా కనిపించడం లేదు . దాంతో దుఃఖం ముంచుకొస్తుంది తనకి .
ఎరుపెక్కిన కంటి వెంట వచ్చిన నీరుతో బరువెక్కిన రెప్పలను వాల్చకుండా , ఆ జనంలో ఒకొక్కరినీ దాటుకుంటూ ఆగకుండా పరిగెడుతుంది . తనకెదురొచ్చిన డాక్టర్ సంజయ్ ఆశ్చర్యంగా చూస్తుంటే , మనోజ్ , తన స్నేహితులు అంతా కలిసి ఆనందంతో చూస్తున్నారు .
ఈశ్వర్ ని చేరుకోవాలనే ఆశ , అందుకోలేనేమో అన్న భ

యం , మనుషులంటే తనకున్న భయం పోయేలా చేసాయి .
చివరికి ఆశగా వెతుకుతున్న తన కళ్ళకి అల్లంత దూరంలో
తనకెదురొస్తూ ఈశ్వర్ కనిపిస్తాడు .
అప్పుడు ఆకాంక్ష ఈశ్వర్ దగ్గరకు వెళ్ళి , ' నాకోసమే వెనక్కొస్తు
న్నావా ?' అని అడుగుతుంది వణుకుతున్న గొంతుతో .
అందుకు ఈశ్వర్ ' కాదు ... స్వీట్ బాక్స్ మర్చిపోయాను , ఇం
టిదగ్గర కొంతమందికి పంచాలి ' అని అంటాడు .
అది విన్న ఆకాంక్ష ' అబద్ధాలు ఎవరి దగ్గర నేర్చుకున్నావు ?'
అని అడుగుతుంది చిన్నగా నవ్వుతూ .
' కొన్ని ఎవరూ నేర్పించక్కర్లేదు !' అని నవ్వుతాడు ఈశ్వర్ .
అప్పుడు ఆకాంక్ష కూడా నవ్వేసి...

ఈశ్వర్ ని కౌగిలించుకుంటుంది ...!

సమాప్తం !

www.ingramcontent.com/pod-product-compliance
Lightning Source LLC
Chambersburg PA
CBHW031108280725
30225CB00010B/482